Facets of Life

Claire Marie M. Manuel

Ukiyoto Publishing

All global publishing rights are held by

Ukiyoto Publishing

Published in 2024

Content Copyright © Claire Marie M. Manuel

ISBN 9789367952986

All rights reserved.
No part of this publication may be reproduced, transmitted, or stored in a retrieval system, in any form by any means, electronic, mechanical, photocopying, recording or otherwise, without the prior permission of the publisher.

The moral rights of the author have been asserted.

This book is sold subject to the condition that it shall not by way of trade or otherwise, be lent, resold, hired out or otherwise circulated, without the publisher's prior consent, in any form of binding or cover other than that in which it is published.

www.ukiyoto.com

"Uwaahh… Uwaahh…" Ang tunog na umalingawngaw sa isang tahimik na lansangan. Isang kahon ang nakalagay sa tapat ng isang makipot na pintuang kahoy.

Nabulabog ang mga namamahala sa maliit na tahanang iyon sapagkat isang iyak na naman ng sanggol ang kanilang naririnig.

"Alfred, puntahan mo na yung bata sa labas. Ipasok mo na dito, mahamog pa naman at mag-papasko na." sambit ng isang matandang babae.

Dali-daling tumayo si Alfred at tinungo ang pinto. Bumungad sa kanya ang isang kahon na naglalaman ng isang sanggol na tila bagong-silang pa lamang.

"Hay. Bakit ba ganito ang mga tao? Iniwan na naman nila ang bata rito. Mag-papasko pa naman. Kawawa naman siya." Hindi niya napigilang sambit habang binubuhat ang sanggol.

Nadarama niya rin ang matinding simpatya sa sanggol dahil maging siya ay pinaampon din sa lugar na ito, ni hindi niya nakilala ang mga magulang niya at hindi rin siya pinalad na makupkop ng isang mabuting pamilya. Kaya ang maliit na tahanang ito na tinatawag na 'Little Angels Orphanage' ang kinlakhan niya.

Little Angels Orphanage, isang maliit na bahay ampunan na matagal nang pinamamahalaan sa lugar na iyon. Ang may-ari nito ay si Lola Ester na maraming tao at bata na ang natulungan. Sa kasamaang palad, nanghihina na ang matanda.

Kaya unti-unti niyang pinaubaya ang pamamalakad ng ampunan sa isa sa kanyang mga apo. Lingid sa kaalaman ni Lola Ester na hindi maganda ang pakikitungo ng napili niyang tagapagmanang apo sa lahat ng bumubuo ng orphanage.

Lumipas ang limang taon, dumating na ang kinatatakutan ng karamihan; si Lola Ester ay pumanaw na. Pinamunuan ni Madam Elisa ang ampunan gamit ang kamay na bakal.

Ang ilan sa mga nagtatrabaho sa ampunan ay hindi na makayanan ang pagiging malupit nito kaya umalis na sila. Ang iba ay nanatili dahil sa pag-tanaw nila ng utang na loob kay Lola Ester at dahil sa malasakit sa mga bata.

Sa kabila ng mga kaganapan, isang limang taong gulang na batang lalaki ang masayang tumatakbo sa bakuran ng orphanage.

"Tyler, walang hiya kang bata ka! Hindi ba sinabihan na kitang linisin mo ang bakuran?! Bakit naglalaro ka pa diyan?!" Isang nakabibinging sigaw ang umalingawngaw at bumasag sa katahimikan ng paligid.

"P-pasensya na po, M-madam Elisa, naaliw l-lang po ako sa mga h-halaman at damo sa paligid." Ang nahihintakutang sagot ng bata.

"Bilis-bilisan mo diyan. Kapag balik ko at hindi ka pa tapos, humanda ka sa akin… naiintindihan mo?! At hindi ka kakain ng hapunan mamaya." Inis na wika ng ginang.

Kinagabihan, tinupad nga ng ginang ang tinuran niyang banta sa bata. Pinaalis niya ito at pinadiretso ng matulog.

Dumiretso si Tyler sa isang maliit na silid, isang silid na maihahalintulad sa isang bodega sa kapal ng alikabok dito. Sa gulang na lima, natutuhan ni Tyler na magbasa sa wikang Filipino. May angking talino ang bata, at nauunawaan niya ang kanyang sitwasyon. Nabanggit sa kanya ni Manong Alfred na siya ay nakita nila sa labas ng ampunan limang taon na ang nakararaan, ang masaklap pa ay ilang araw na lang bago mag-pasko ng siya ay ipinamigay ng kanyang totoong mga magulang.

Ngunit kahit na ganoon ay hindi siya nagtanim ng sama ng loob. Naniniwala siya na isang araw, masusuklian ang mga paghihirap na dinanas niya sa murang edad pa lamang.

Bago matulog ay hindi niya nakalimutang lumuhod, pumikit at magdasal.

"Lord, Alam ko pong kayo ang pinaka dakila sa lahat at naniniwala po ako na may plano po kayo para sa amin. Nagpapasalamat po ako na kahit paano ay may nakakain po kami at ang mga kasamahan kong bata kahit po na sobrang lupit ni Madam Elisa. Yun lang po ang dasal ko hihi… alam ko pong mas marami pa ang tumatawag sa inyo. Salamat po sa pakikinig sa akin. Amen…" Mahinang ani ng bata.

Pagkatapos ng kanyang maikling dasal ay humiga na siya sa sahig at ilang sandali lang ay nakatulog na.

Kinabukasan, abala ang mga nagtatrabaho sa ampunan sa paglilinis at pag-aayos. Lalo na si Madam Elisa na abala sa pagpapaparlor at make-up niya. Binanggit ni Manong Alfred sa mga bata na may bibisita raw na mag-aampon ngayon kaya dapat ay maging maayos at presentable silang tignan upang magkaroon sila ng pagkakataong maampon. At dapat daw ay maging mabait sila ngayon; bawal daw ang pasaway.

Ilang sandali ang lumipas, dumating na ang mag-asawang mag-aampon, mukhang nakakaluwag-luwag sa buhay ang mag-asawa dahil sa may kotse at magara ang pananamit ng mga ito. Dali-daling lumapit si Madam Elisa upang batiin at igiya papasok ang mga ito.

Magiliw na sinalaysay ni Madam Elisa ang kasaysayan ng ampunan at kung ano na ang mga nagawa nito para sa mga tao. Nakatingin lang ang mga kawani ng ampunan pati na ang mga bata rito. Sanay na sila sa kanya. Sapagkat kapag may bumibisita ay sobrang papuri ang kanyang ginagawa sa sarili at pati na sa pamamahala niya sa ampunan. 'Ang plastic talaga nito' sa isip-isip ng mga nag-tatrabaho sa ampunan.

Matapos ang kwentuhan, ipinamahagi ng mag-asawa ang mga mumunting regalo at mga pagkain sa mga bata. Masayang kumain ang mga bata. Ngayon ay kanya-kanya silang bida ng kanilang mga nakuhang laruan.

Pinagmamasdan ng mag-asawa ang mga bata. Nang biglang may narinig silang iyak. Umiyak ang batang katabi ni Tyler sapagkat nasira ang laruan nito.

"Tahan na, ito oh. Sayo na lang laruan ko." Ang alo ni Tyler sa bata.

Nakita ng mag-asawa ang ginawa ni Tyler at napag-pasyahan nilang siya ang ampunin. Sinabi nila ang kanilang pasya kay Madam Elisa at agad naman itong naaprubahan.

Sinabi ni Manong Alfred ang balita kay Tyler ngunit nagulat siya sapagkat imbis na mag-saya ay malungkot ang bata.

"Oh. Bakit malungkot ka?" Tanong ni Manong Alfred dito.

"Kasi Manong, ako makakaalis na rito pero kawawa naman yung ibang bata." Malungkot na sambit ni Tyler.

Kinagabihan, pumunta na si Tyler sa kanyang tulugan. Siya ay nanalangin muna bago siya matulog.

"Lord, Salamat po at nakakain po kami ng matiwasay kanina at nagkaroon pa po kami ng mga laruan. Sana po sa pag-alis ko rito, maging maayos po ang sitwasyon ng mga batang kasama. Salamat po uli sa lahat. Amen." Ang usal ng bata.

Kinabukasan, lumipat na nga si Tyler sa bahay ng mag-asawang umampon sa kanya. Naging maganda ang pagtanggap ng mga ito. Lagi silang sabay-sabay naghahapunan at masayang nag-kwekwentuhan.

Lumipas ang ilang buwan, malapit na ang kapaskuhan. Ngunit isang gabi, napansin ni Tyler na parang may hindi tama sa kanilang tahanan. Maraming mga kagamitan ang nagkabasag-basag at may nag-sisigawan. Nagtago siya sa may gilid ng hagdanan at nakinig sa usapan ng mag-asawang umampon sa kanya.

"Ano?! Kasalanan ko pa?! Eh ikaw itong bunganga ng bunganga. At ikaw rin ang may gustong mag ampon! Sinabi ko na sayong mag-hiwalay na lang tayo diba?! Ang hirap mo kasing umintindi!" Nanggagalaiting sigaw ng lalaki.

"Ah ganun! Ang kapal naman ng mukha mo, Alam mo tama ka eh! Maghiwalay na tayo. Walang hiya ka! Akala ko pa naman maaayos natin ang gusot na ito kapag nag-kaanak tayo." Umiiyak at galit na sambit ng babae.

Mukhang matagal nang may lamat ang relasyon ng dalawa. At akala nila ay mareresolba nila ito sa pamamagitan ng pag-ampon. Dali-daling umakyat ang babae at nag-impake; walang pag-aalinlangan siyang umalis ng bahay. Naiwan ang lalaking nakatayo sa harap ng couch. Hindi sinasadyang natabig ni Tyler ang vase sa tabi niya. Susuray-suray na pinuntahan siya ng lalaki at dinakot sa kwelyo ng kanyang damit.

"Ikaw na bata ka! Akala namin ikaw ang solusyon sa problema namin pero wala ka naman palang silbi!!" sigaw ng lalaki sa kanya sa hagis.

Bumagsak siya sa sahig. At sinipa siya ng lalaki palabas ng bahay nila.

Napasalampak si Tyler sa semento at napatingala sa kalangitan.

'Akala ko po Lord, okay na. Akala ko po sa wakas may pamilya na ako. Mukha pong may iba po kayong plano para sa akin.' Sa isip-isip niya habang nakahalukipkip dahil sa lamig.

Naglakad-lakad siya at napatigil sa tapat ng isang magarang restaurant. Ang daming pamilya ang kumakain sa loob. May nanay, may tatay, may ate, may kuya, may bunso. Kumpleto ang kanilang pamilya. At lahat sila ay masayang kumakain at nagkwekwentuhan.

Hindi niya maiwasan mainggit.

'Sana naging mapalad din ako katulad nila'

Biglang tumugtog ang isang awitin. Narinig na ni Tyler ang kantang yun sa ampunan. Kantang pinamagatang 'All alone on Christmas'

The cold wind is blowin' and the streets are getting dark
I'm writin' you a letter and I don't know where to start
The bells will be ringin' Saint John the Divine
I get a little lonely every year around this time
The music plays all night in Little Italy
The lights will be going up on old Rockefeller tree
People window shopping on Fifth Avenue
All I want for Christmas is you

I've got to know (Nobody ought to be all alone on Christmas)
Where do the lonely hearts go
(Nobody ought to be all alone on Christmas)
Oh 'cause nobody ought to be all alone on Christmas

Patuloy na siyang naglakad. Ayaw na niyang mag-emote dahil mag-isa na naman siya sa Pasko. Mabuti pa noon, kasama niya ang iba pang mga bata sa ampunan kahit na wala silang handa sa Noche Buena, magkakasama naman sila. Gustuhin man niya na bumalik sa ampunan, alam niyang hindi pwede dahil ipagtatabuyan lang siya ni Madam Elisa.

Nagpasiya siya na matulog na lang sa ilalim ng isang puno sa isang parke.

Kinaumagahan, nagising siya sa ingay ng mga batang nagtatakbuhan. Kasama nila ang kanilang mga magulang. Malungkot niyang tinanaw ang mga ito.

Tumayo na siya at nagpatuloy sa paglalakad. May nakita siyang isang batang sobrang payat na parang buto't balat na lang at ito ay nanghihingi ng pagkain. Naramdaman din niya ang pagkalam ng kanyang sikmura; ang kaso wala siyang pera.

Naiiyak niyang tinignan ang bata. Sinubukan niya na manghingi ng pagkain sa isang tindera ngunit pinagtabuyan siya nito.

"Naku! Umalis-alis ka nga at narurumihan ang paninda ko. Baka langawin at malasin pa ako." Sigaw sa kanya ng tindera.

"Mga batang ito talaga, araw-araw na lang na ganito", sambit ng tindera sa sarili.

Walang nagawa si Tyler kung hindi umalis. Ang nasa isip niya lang ay ang bata kanina.

May nakita siyang isang matandang babae na nagtitinda ng prutas. Hindi niya napigilan ang sarili na palihim na kumuha ng isang mansanas para sa bata kanina. Pero...

"Iho, masama ang pagnanakaw, hindi mo dapat ginagawa iyan." Ang mahinahong wika ng matanda sa kanya.

"Pasensya na po Lola, naaawa po kasi ako sa batang nakasalubong ko kanina. Gutom na gutom na po siya at ilang araw nang hindi kumakain, wala rin po akong pambili." Ang nakayukong wika ni Tyler.

"Ganun ba iho, sige ibigay mo na ito sa kanya at bumalik ka rito", ang sagot ng matanda.

Binalikan ni Tyler ang bata ngunit ang sabi ng mga tao dun ay pinadala na raw ng isang babae ang bata sa clinic at dadalhin na rin nila sa ampunan.

Natuwa si Tyler sa narinig niya. Mukhang hindi lahat ng tao ay masama ang hangarin sa iba.

Bumalik si Tyler sa matanda at masayang kinuwento ang nangyari sa bata.

Naaliw ang matanda kay Tyler kaya tinanong siya nito kung bakit pagala-gala siya.

Umiiyak na isinalaysay ni Tyler ang nangyari sa kanya mula sa pagkakakita sa kanya sa ampunan noong siya ay sanggol pa lamang.

Nalungkot ang matanda sa narinig kaya't nagpasya siyang ampunin at isama ang bata sa kanyang maliit na tahanan.

"Samahan mo muna ako magtinda iho, at sa bahay ka na tumuloy." Ang ani ng matanda.

"Talaga po?! Maraming Salamat po" ang excited na wika ni Tyler.

Kinahapunan, dinala ng matanda si Tyler sa bahay nito. Naging maganda at masaya ang pakikitungo nila sa isa't isa. Naikwento ni Lola Madel na iniwan na siya ng kanyang mga anak mula ng magkapamilya ang mga ito at yumao na rin ang asawa niya. Siya na lang mag-isa ang naninirahan sa bahay niya at wala na rin siyang komunikasyon sa mga anak niya,

Nalungkot si Tyler sa kwento ng matanda kaya pinasaya niya ito.

Nagpasama si Tyler na bumisita sa ampunan. Ngunit ang sabi ng mga kapitbahay ay nahuli raw si Madam Elisa dahil gumagamit daw ito ng ilegal na droga pati na sa pagmamaltrato sa mga kawani ng ampunan at pananakit sa mga bata. Ang mga bata naman ay nilipat sa mas maayos na ampunan.

Nabigla si Tyler sa balita. Malungkot na hindi na nya makikita ang mga bata pero masaya dahil mas maayos na ang lagay nila ngayon.

Lumipas ang ilang araw, Bisperas na ng Pasko. Nagluto si Lola ng kaunting pagkain para sa maliit nilang salo-salo.

Masayang kumain ang dalawa. Napatingin si Tyler sa bintana at napatingala sa langit...

'Lord, Maraming maraming salamat po sa lahat. Hindi ko man po nalaman sa ngayon ang tungkol sa totoong mga magulang ko ay ibinigay niyo naman sa akin si Lola Madel. Sobrang bait niya po. At salamat po dahil nasa maayos na kalagayan ang mga bata sa ampunan.'

Salamat po talaga sa lahat. Happy Birthday po sa inyo. Amen.' Ang dasal niya sa kanyang isipan habang dinarama ang malamig na simoy ng hangin.

The End...

Mateo 19:14

Sinabi ni Jesus, "Hayaan ninyong lumapit sa akin ang mga bata. Huwag ninyo silang pagbawalan sapagkat ang mga katulad nila ang mapapabilang sa kaharian ng langit."

Mahihinang iyak ng isang sanggol ang bumalot sa isang tahimik na tambakan ng basura sa isang maliit na nayon. Nakita ng isang ginang ang dalawang sanggol sa loob ng isang malaking kahon malapit sa gabundok na basura.

Halatang parehong bagong-silang ang dalawa sapagkat tuwalyang may mga dugo lamang ang bumabalot sa kanilang mumunting mga katawan. Napatakip na lamang ng bibig ang ginang sapagkat ang isang sanggol ay hindi umiiyak at tila binawian na ng buhay.

Nakaramdam siya ng sobrang awa sa dalawa kaya naman naisipan niya na dalhin ang dalawa sa malapit na istasyon ng pulis. Nailibing ng maayos ang sanggol na binawian ng buhay, samantalang ang isa naman ay dinala sa isang ampunang malayo sa bayan.

Lumipas ang ilang taon, maraming bata ang makikitang nagkukumpulan sa maliit na hapag ng isang lumang ampunan. Oras na ng kanilang hapunan, ang ilan sa kanila ay nag-aagawan pa sa kapirasong tinapay na mukhang wala man lamang pampaalsa.

Sa kabilang silid, makikita ang isang limang taong gulang na bata na nagngangalang Lucas, siya ay nakaluhod sa kumpol ng asin. Habang kumakain ang ibang bata, siya ay pinarurusahan ng namamahala ng ampunan dahil sa nabasag na mamahaling vase.

Ngunit hindi naman ito ginawa ng bata, sapagkat siya lamang ang itinuro ng iba pang mga bata na nakabasag nito. Ilang beses na siyang naparurusahan kahit hindi naman siya ang may kasalanan. Siya lagi ang sinisisi ng mga batang kasama niya sa ampunan.

Hindi naman siya palasalita at laging tahimik lang sa isang sulok. At hindi niya gusto ng away at gulo ngunit patuloy na lumalapit ito sa kanya.

Akmang tatayo siya sapagkat wala namang nakatingin, sigaw ng isang matandang lalaki ang sumalubong sa kanya. Sinigawan siya nito na kung tatayo siya ay humanda siya at palo ng dos por dos ang aabutin niya.

Lumipas ang dalawang taon, mas lumala pa ang pangit na pamamalakad ng namamahala ng ampunan. Ang kaunting donasyong natatanggap ng ampunan ay napupunta sa pagsusugal at bisyo ng matandang lalaking namamahala.

Hindi ito nalalaman ng iba sapagkat malayo ang ampunan sa ibang mga kabahayan at pormal ding manamit ang matandang lalaki. Bukod doon, hindi alam ng mga tao sa nayon kung ano ang sitwasyon ng mga bata sa ampunan. Ni hindi sumagi sa isip ng mga tao na mapang-abuso pala ang mapagpanggap na tagapamahala ng ampunan.

Mas tumindi pa ang mga parusa ng matandang lalaki sa mga batang nasa ampunan. Kaya naman, takot na takot ang mga bata sa kanya. Ingat na ingat silang huwag siyang galitin sa tuwing nandiyan siya.

Tuwing umaga, laging wala ang namamahala ng ampunan, tanging mga dyanitor at mga tapapaglinis ang naiiwan sa mga bata.

Nakabukas ang tarangkahan ng ampunan kaya nagkaroon ng pagkakataon si Lucas na pumuslit at lumabas ng ampunan.

Gusto niyang makita kung ano ang mayroon sa labas ng itinuring na nilang tahanan. Ilan lamang ito sa lagi niyang tanong sa kanyang isipan, magaganda ba ang tanawin sa labas, magagalitin din ba ang mga tao at namamalo?

Lahat ng kanyang katanungan ay wala pang sagot, sapagkat hindi sila binibigyan ng pagkakataon na lumabas. At takot na takot din ang ibang mga bata sumuway dahil sa tindi ng parusa.

Bumungad kay Lucas ang maraming mga puno at halaman. Nagtatakbo siya at hindi niya namalayan na medyo napalayo na pala siya.

Nakita niya ang isang tila bahay na makulay. Napakaraming bata sa loob, sila ay nakaupo sa mga silya at may kanya-kanyang kwaderno. Sumagi sa isipan ni Lucas ang usapang narinig niya sa isang tagalinis sa ampunan, nabanggit nito ang tungkol sa paaralan kung saan natututo ang mga bata ng maraming bagay.

Bakas sa mukha ni Lucas ang kasiyahan ng makitang nagtatawanan ang mga bata at ang isang ginang sa harap ng pisara.

Lumapit pa siya at nakinig sa itinuturo ng ginang. Binabanggit nito ang mga karapatan na dapat mayroon ang isang bata.

'Karapatan? Ano iyon?' Sa isip isip ni Lucas.

Nasagot naman kaagad ng ginang ang tanong niya sa kanyang isip. Ang karapatan daw ay ang pagbibigay sa mga pangunahing pangangailangan ng isang tao at ito ay kalayaan na gawin ang kanilang mga kagustuhan ng hindi nakakasakit ng ibang tao.

Inisa-isa rin ng ginang ang mga karapatan na dapat ay tinatamasa ng isang bata.

Una sa lahat, ang mga bata ay may karapatang mabuhay. Narinig niya rin na dapat ang bata ay may pangalan, maayos na tahanan, sapat na pagkain, sapat na edukasyon, nakapaglalaro, ligtas sa pang-aabuso, panganib at karahasan, panghuli, sila ay dapat nakapagpapahayag ng kanilang mga opinyon at saloobin.

Nagpatuloy ang kanilang talakayan, hanggang sa biglang lumingon ang isang batang babae sa bintana. Napabalikwas si Lucas at napaupo sa damuhan. Sinabi ng batang babae sa kanilang guro na may batang marungis siyang nakita sa bintana. Ang bata daw ay sumisilip at pinanonood sila.

Agad agad na lumabas ang kanilang guro ngunit hindi na niya nadatnan ang batang marungis na sinasabi ng isa niyang estudyante.

Sa kabilang dako, pagkabangon ni Lucas sa damuhan ay kumaripas na agad siya ng takbo papalayo. Hindi niya sinadya na magpakita, nais niya lamang na makinig sa talakayan nila.

Hingal na hingal siya s pagtakbo kaya naman umupo muna siya sa ilalim ng isang puno ng akasya.

'Yun pala ang paaralan', bulong niya kanyang sa sarili.

Ngunit hindi mawala sa kanyang isipan ang kaniyang narinig sa kanilang talakayan.

'Karapatan? Bakit parang wala kaming karapatan?' sambit niya sa sarili.

Naalala niya ang sinabi sa kanyang dahilan ng matandang lalaki kung bakit siya napadpad sa ampunan. Siya daw ay nakita sa loob ng isang kahon sa basurahan kasama ang isa pang sanggol. Ngunit ang kasama niyang sanggol ay namatay. Hindi niya napigilan ang mapaluha, doon pa lamang, tila tinanggalan na siya ng karapatan upang mabuhay.

Sa pagod at dami ng tumatakbo sa kanyang isip, hindi niya namalayan na nakatulog pala siya. Tumingala siya sa kalangitan at napag-tantong dapit-hapon na. Dali dali siyang bumangon at tumakbo pabalik sa ampunan.

Malapit na dumating ang matandang namamahala, tiyak na kapag nalaman nito ang pangpuslit niya ay latay ang aabutin niya.

Tumakbo siya ng tumakbo ngunit tumilapon siya dahil may nakabangga siya. Laking gulat niya na ito ang namamahala ng ampunan. Galit na galit at namumula ang mga mata nito na nakatingin sa kanya.

Tatakbo sana siya sa takot ngunit dinakot na ng matanda ang likod ng kanyang damit. Pumasok sila sa loob ng ampunan at hinagis na lamang siya nito sa isang bodega at pinalo ng maraming beses gamit ang yantok.

Sinisigawan siya nito dahil sa kanyang pagsuway ngunit hindi na niya maintindihan ang sinasabi nito, tuluyan ng nawala ang kanyang ulirat sa sakit at bigat ng hampas ng matanda.

Matapos ang isang araw, nagising na lamang si Lucas sa bodega na nanginginig sa sakit ang kanyang musmos na katawan. Hindi na niya kaya pang magtiis. Kinain niya muna ang natitira sa naipuslit niyang matigas na tinapay.

Pinilit niyang bumangon at tumakas sa ampunan, hindi alintana ang tunog ng sikmura na nakulangan sa kapiranggot na tinapay.

Dahan dahan siyang naglakad sa tarangkahan, umaga noon kaya wala ang namamahala. Mas binilisan niya pa ang lakad. Nakahinga siya ng maluwag matapos na makalayo ng kaunti sa ampunan.

Naglakad lakad pa siya hanggang sa mapadpad siya sa maliit na paaralan na napuntahan niya nung nakaraan. Ngunit lingid sa kanyang kaalaman, nasa likod niya na ang gurong ginang.

Gulat na gulat ang ginang sa kanyang itsura, punong-puno ng pasa, latay at sugat, punit-punit ang damit at napakarungis ng bata. Nabigla ang ginang sapagkat bigla na lamang natumba ang bata sa kanyang harapan. Dali dali niya nilapitan ito at dinala sa klinik ng kanilang nayon.

Nagising si Lucas sa hindi pamilyar na kwarto, puro puti na lamang ang kaniyang nakikita. Hanggang sa narinig niya ang tinig ng isang babae.

Naalala niya na ito ang guro sa maliit na paaralan na nakita niya nung nakaraan. Tinanong siya nito kung ano ang nangyari. Nadama ni Lucas ang sinseridad sa tanong ng ginang kaya naman lumuluha niyang isinalaysay ang lahat ng nangyari. Mula sa pagkakapulot sa kanya sa basurahan at ang mga nangyayari sa loob ng ampunan.

Nahabag ang ginang sa sinapit ng bata, nasa pitong taong gulang lamang ito ngunit napakalupit na ng mga naranasan nito sa buhay. Tumungo ang ginang sa bayan at nagsumbong sa istasyon ng pulis.

Kinagabihan, pinasok ng mga pulis ang nasabing ampunan at inaresto ang matandang lalaki. Inabutan pa ng mga pulis na umiinom ito at pinapaso pa ng sigarilyo ang umiiyak na bata.

Patong patong na kaso ang sinampa sa matandang lalaki. Pagnanakaw, pang-aabuso sa mga bata, hindi tamang pagpapasahod, at iba pa.

Nalipat ang mga bata sa isang mas maayos na ampunan sa ibang nayon. Doon, may mag-aalaga sa kanila at magtuturo kung ano ang mga tamang asal at kung ano ang mga dapat nilang matutuhan.

Isang mumunting ngiti ang namutawi sa mga labi ni Lucas. Sa wakas, wala na ang kanilang kulungan.

Ngunit ng mabanggit ng ginang ang salitang ibang ampunan, nalukot ang mukha ng bata, bakas din ang takot sa kanyang mga mata.

Umiiyak na nakiusap si Lucas na huwag na siya ibalik sa ampunan. Tila nagkaroon na ng trauma ang bata. Sinabi ng ginang na ito na lamang ang aampon sa kanya, wala nang asawa ang ginang.

At hindi rin naman sila nagkaanak sapagkat baog ang ginang. Kaya naman sobrang saya ang nadarama niya tuwing siya ay nagtuturo sa mga bata. At ngayon, nais niyang pasayahin din ang batang luhaan sa kanyang harapan, wala na rin naman siyang katuwang at kasama sa buhay. Inampon nga ng ginang si Lucas at itinuring niya itong isang tunay na anak.

Isang masigabong palakpakan ang bumalot sa isang malawak na Events Hall. Nagtitipon sila ngayon sapagkat ibinibigay ang isang bukod-tanging parangal sa isang mabuting aktibista ng Karapatang Pantao.

Nakatayo ang isang binata sa gitna ng entablado hawak ang tropeyo. Malapad na ngiti ang makikita sa kanyang labi.

'Sama sama uli nating palakpakan si Ginoong Lucas Francisco para sa kanyang bukod-tanging mga kontribusyon sa pagpoprotekta sa karapatang pantao dito sa ating nayon', ang malakas na sambit ng host.

Matapos ang ilang sandali, bumaba si Lucas sa entablado at niyakap ang isang matandang babae.

'Salamat sa lahat, nang', bulong niya dito.

Nakapagtapos ng pag-aaral si Lucas at marami na ang nabago sa kanyang buhay.

Lubos na pasasalamat ang handog niya sa ginang na tumayong bilang kanyang ina, ang ginang na nagligtas sa kaniya, sa kanila sa kamay ng malupit na matanda.

Sumagi sa isipan ni Lucas ang mga piraso ng alaala mula sa kanyang nakaraan, ang pagtatapon sa kanya sa basurahan, ang pang-aabuso sa ampunan, mga karapatang pinagkait sa kanya noong siya ay isang bata pa lamang, pati na ang unang beses niyang nalaman ang kahulugan ng karapatan sa isang guro habang sumisilip sa isang silid-aralan.

Lahat yun ay ang naging inspirasyon niya upang huwag hayaan na maulit ito sa iba pang mga bata, sa iba pang mga tao. Maraming mga bata na siyang natulungan; lahat sila ay dumanas din ng pang-aabuso at pagmamaltrato.

Marami na ring mga matatanda ang kaniyang binibigyan ng donasyon sapagkat wala ng nagmamalasakit sa kanila.

Patuloy niyang gagawin ang lahat ng ito, sapagkat para sa kanya, ang dalawang beses niyang pagkakaligtas sa kamatayan ay may dahilan. Unang beses noong siya ay sanggol pa lamang at pangalawa noong siya ay natagpuan ng gurong ginang.

At dahil lahat ito sa kanyang adhikain ngayon, naligtas siya sa kalupitan, ngayon siya naman ang magliligtas sa iba pang nangangailangan.

Wakas...

Malamig na simoy ng hangin ang madarama sa paligid ng tahanan ng mga Cruz. Nakatira sila sa Pampanga. Ang tinaguriang 'Christmas Capital' ng Pilipinas.

Kapansin-pansin na ni-isang palamuti ay hindi makikita sa loob o labas man ng kanilang tahanan. Samantlang damang-dama ang diwa at kulay ng kapaskuhan sa kanilang mga kapitbahay.

Hindi na naharap ng mag-asawa ang mamili ng mga dekorasyon para sa pasko dahil habang nalalapit ang holidays mas lalong nagiging busy ang kanilang mga negosyo.

Nakalilimutan na rin nilang kamustahin ang kanilang limang taong gulang na anak na si Jaden. Bagamat ganito ang sitwasyon, si Jaden ay spoiled sa kanyang mga magulang. Sunod sa layaw anuman ang laruang naisin niyang bilhin.

Ngunit dahil sa kakulangan ng atensyon mula sa kaniyang mga magulang, nagbunga ito ng pagiging aburido at mainitin ang ulo ng bata, nariyan man o wala ang kanyang mga magulang.

Tanging ang yaya Mely niya lamang ang madalas niyang kasama sapagkat abala ang kanyang mga magulang.

Tuwing hahanapin ni Jaden ang kanyang mga magulang, ang tanging sagot ng kanyang yaya ay abala sila at kakausapin na lamang siya kapag natapos na nila ang kanilang trabaho.

Ilang araw bago magpasko, pilit na kinukulit ni Jaden ang kanyang mga magulang upang samahan siyang maglaro at pumasyal sa mall at sa iba pang mga lugar na ninanais niyang puntahan.

Nangako ang mga magulang niya na uuwi sila bago ang bisperas ng pasko. Lubos na pinanghawakan ni Jaden ang pangakong binitawan ng kanyang mga magulang. Labis na tuwa ang kaniyang nadama na umabot sa puntong niyaya niya ang kanyang yaya upang mamili ng mga dekorasyon.

Nais niyang surpresahin ang kaniyang mga magulang. Naisip niyang siya mismo ang mag-ayos ng mga pamaskong pangdekorasyon sa kanilang tahanan. Sa totoo lamang, naiinggit siya sa mga napapanood niya sa telebisyon; doon pasko ang pinakamasayang araw para sa lahat, higit pa sa isang batang tulad niya.

Sa telebisyon, makikita mo na nagsasaya, nagbibigayan at nagmamahalan ang mga tao, ngunit kabaligtaran nito ang nakikita ni Jaden sa kaniklang tahanan. Mapa-pasko man o bagong taon, lagi na lamang siyang mag-isa; tanging yaya lamang niya ang kasama niya taon-taon.

Lagi na lamang siyang inaasar ng kanyang mga kaklase dahil minsan na niyang nabanggit na laging wala ang kaniyang mga magulang sa kanilang bahay, samantalang ang mga kaklase niya sama-sama lagi kanilang salo-salo.

Yumao na ang kaniyang mga lolo at lola, noon kasi sila ang lagi bumibisita at sumasama sa kanya tuwing kapaskuhan.

Ika-23 ng Disyembre, nagpasama siya sa kaniyang yaya para bimili ng mga dekorasyon. Kinabukasan, uuwi ang kaniyang mga magulang para samahan siya sa Noche Buena. Sobrang excitement ang nararamdaman niya.

Nawili siyang mamili at magtingin-tingin ng kung anu-anong mga dekorasyon gaya ng Christmas tree, lights, garlands, Christmas balls at mga lanterns.

Naparami ang kaniyang napamiling dekorasyon, hindi na siya pinigilan ng kaniyang yaya sapagkat noon lang niya nakita na ganoon kasaya ang kaniyang alaga. Madalas kasi tuwing kapaskuhan, laging nakasimangot ang alaga niya at puro panonood lamang ng TV ang ginagawa.

Kinabukasan, maagang nagising si Jaden, nagpatulong siya sa yaya niya na mag-ayos ng mga dekorasyon. Hapon na ng matapos sila sa pag-aayos. Pero bakas naman ang ngiti sa kanilang mga mata at labi ng pagmasdan nila ang resulta ng kanilang pinaghirapan.

Nagmamadaling naglinis si yaya Mely ng kanilang mga kalat dahil kailangan na niya ihanda ang lahat ng mga kakailangan na sangkap at kagamitan para sa lulutuin niya mamayang Noche Buena.

Alas-singko ng hapon ng makatulog si Jaden sa sobrang pagod kaya hinayaan muna siya ni yaya Mely sa silid niya sa ikalawang palapag.

Habang tulog ang alaga, dali-dali ng inumpisahan ni yaya Mely ang lahat ng mga lulutuin at ihahanda sa Noche Buena.

Pasado alas siyete ng gabi ng tumawag ang mag-asawang Cruz kay yaya Mely. Sinagot niya ang phone ng naka-loudspeaker at ibinalik ang atensyon sa mga niluluto.

"Hello, ma'am." sagot ni yaya Mely.

"Nay Mely, hindi muna kami makakauwi ngayon. May parating kaming mga kliyente mula China. Ngayon nakaschedule ang meeting dahil busy sila sa ibang araw." ang bungad ng ina ni Jaden.

Sa kabilang dako, naalimpungatan si Jaden at bumaba na ng hagdan patungo sa kusina. Hindi sinasadyang narinig niya ang sinabi ng kaniyang ina.

Agad na sumama ng timpla ng mukha ni Jaden. Sa isip-isip niya ay 'Eto na naman, wala na ni-isang pangako ang natupad ng aking mga magulang. Puro na lang sila trabaho trabaho.'

Binalibag ni Jaden ang dalang laruang robot at tumakbo palabas ng pinto. Nagitla si yaya Mely sa narinig na tunog.

Tinawag niya ng tinawag ang pangalan ni Jaden ngunit walang sumasagot hanggang nakita niya ang sirang robot sa sala. Dali-dali siyang umakyat ng hagdan at tinungo ang kwarto nito, ngunit magulong sapin at kumot lamang ang nadatnan niya.

Sa kabilang dako, walang tigil sa katatakbo si Jaden. Hindi niya alintana na wala siyang suot na sapatos o tsinelas man lang. Punong-puno na ng mga maliliit na sugat at gasgas ang kanyang talampakan.

Napatigil si Jaden sa hingal at pagod. Dun lamang niya tinignan ang kanyang paligid. Luminga-linga siya at nakita niyang nakarating na siya sa isang parke.

Wala masyadong mga tao sa parkeng ito, nakatatakot din ang katahimikan ng paligid. Napahiyaw siya matapos makarinig ng malalakas na kaluskos sa damuhan. Nang patakbo na ay lumabas ang pigura ng dalawang marurungis na bata, isang mas nasa sampung taong gulang na lalaki at limang taon na babae.

Lumapit ang dalawang bata sa nahintakutang si Jaden. Umamba si Jaden ng takbo palayo sa kanila ngunit...

"Sandali bata, anong ginagawa mo dito?", ang tanong kay Jaden ng batang lalaki.

Nabawasan ang kaba ni Jaden ng lubos na lumapit sa kanya ang dalawang bata. Mukha naman silang mababait. Sadyang marurumi at luma lamang ang kanilang mga damit.

"Lumayas ako sa amin." ang naiiyak na wika ni Jaden.

"Bakit ka naman lumayas sa inyo?", ang tanong ng batang babae.

Ikinuwento ni Jaden ang tungkol sa kaniyang mga magulang. Ang mga pangako nila na tila madali lamang para sa kanilang baliin. At ang hindi nila pagtutuon ng pansin kay Jaden.

Sumagot ang batang lalaki kay Jaden, "Buti ka nga kilala at kasama mo pa mga magulang mo. Kami, kahit gustuhin namin na makilala at makasama sila, hindi naman namin alam saan sila hahanapin."

"Bakit naman?", ang nagtatakang sambit ni Jaden.

"Kasi galing kami sa ampunan. Sa Little Angels Orphanage. Tumakas kami noon mula kay Madam Elisa, hindi na kasi namin kaya ang ugali niya. Nung bumalik kami doon ilang linggo ang nakalipas, nilipat na raw ang ampunan at hindi namin alam kung saan iyon pupuntahan." ang malungkot na kwento ng batang lalaki.

"Mula noon, nagpagala gala na kami hanggang makilala namin si Nanay Elsie. Napakabait niya, pinakain niya kami, pinatuloy sa kanila at binigyan ng mga laruan." ang masayang wika ng batang lalaki.

"Pero may sakit si Nanay ngayon. Kaya nangangalakal kami para may maipambili ng gamot at pagkain." ang makungkot na sambit ng batang babae.

"Gusto mo ba sa amin muna tumuloy?", ang alok ng batang lalaki. Naaawa rin ang batang lalaki sa itsura ni Jaden ngayon lalo at wala pa siya suot na tsinelas.

Pagkarating sa bahay ni Nanay Elsie, sinabihan si Jaden ng nakatatandang bata na hugasan niyang maigi ang mga sugat niya at punasan ng maliit na bimpo. Binigyan din siya ng lumang tsinelas na may nakatali pang alambre.

Nagpapasalamat naman itong tinanggap ni Jaden kahit na hindi niya gusto ang tsinelas.

Wala ring pagkain na nakahain na kanilang mesa bukod sa mga lumang tinapay na malapit na atang magkaroon ng amag.

Maliit na tila barong-barong ang kanilang tahanan. Nag-aalangan pang umupo si Jaden sa kanilang madumi, sira at nag-iisang upuan. Malayong malayo ang sitwasyon nila sa nakasanayan at madalas nakikita ni Jaden sa kanilang mga kamag-anak at kapitbahay.

Samantala, hindi naman magkandaugaga si yaya Mely sapagkat nawawala ang kanyang alaga. Hinalughog na niya ang lahat ng sulok ng tahanan ng mga Cruz ngunit hindi niya makita si Jaden. Hindi niya ito nabanggit sa amo dahil pagkatapos sabihin nito na hindi sila makakauwi ay binaba agad nito ang tawag.

Hindi na malaman ni yaya ang gagawin niya. Hindi siya tatanggapin sa police station dahil ilang oras pa lamang nawawala ang bata. Tinatawagan niya ang mga magulang nito pero dial tone na lang ang naririnig niya.

Sa barong-barong, si Jaden naman ay nanatiling nakatitig sa upuan. Nilibot niya ang tingin niya hanggang sa natanaw niya ang isang matandang nakahiga sa papag. Butas-butas na rin ang gamit niyang kumot at tila nalalamig pa ito.

Nabahala siya at dali-dali niyang sinabi sa batang lalaki ang sitwasyon ng matanda.

Sinagot siya ng batang lalaki, "Malamig na rin kasi ang panahon ngayon dahil disyembre na, pero ibinigay na naming kay Nanay Elsie ang lahat ng kumot dito. Heto, pwede bang ibigay sa kapatid ko ang towel at yelong ito? Sabihin mong punasan niya muna si Nanay para bumaba ang lagnat niya. Sandali lamang at magpapadingas at magpapakulo ako ng tubig na inumin natin."

Napilitang umupo si Jaden sa kanilang silya habang minamasdan ang ginagawa ng batang babae. Hindi niya lubos akalain na ganito ang tinatamasa ng mga hindi pinalad sa buhay. Samantalang siya nakahiga sa malambot at malaking kama, sila nagtitiyaga sa ganitong uri ng bahay.

Hindi niya alam na maswerte pa pala siya dahil marangya ang kaniyang pamumuhay at hindi niya prinoproblema ang araw-araw niyang pagkain.

Hindi pa rin nawawala ang tampo niya sa kaniyang mga magulang. Kung bakit kasi mas inuuna nila ang trabaho kaysa sa kanilang anak. Lagi nilang dahilan na para iyon sa ikabubuti ng bata ngunit hindi niya ito maramdaman.

Ayaw na niya sa mga laruang binibigay nila. Lagi na lang laruan ang kasama niya sa bahay nila at ang kaniyang yaya.

Naputol ang pagmumuni-muni ni Jaden ng tawagin sila ng batang lalaki.

"Tara, kain na tayo. Pagpasensyahan niyo na itong kumpol ng asin at kaunting kanin na may tubig. Konti lang kasi ang kinita kanina sa mga kalakal." ang hingi ng paumanhin nito.

"Okay lang, kuya. Bawi na lang tayo bukas. Malay mo makabili na tayo ng fried chicken diba." ang masiglang sagot ng batang babae.

Nakatingin lamang si Jaden sa kanilang kinakain. Kaya't tinanong siya ng batang lalaki...

"Bakit? Hindi ka ba nagugutom?"

Nahihiyang sumagot si Jaden, "Ano k-kasi... anong lasa niyan?"

"Hahaha... hindi ka pa nakakain nito no? yayamanin ka siguro." Ang asar ng batang lalaki kay Jaden.

Walang nagawa si Jaden kung hindi ang kainin na lamang ang nasa hapag. Hindi na rin niya kaya ang patuloy na pagkalam at pagprotesta ng kanyang tiyan.

Habang kumakain, naalala ni Jaden na bisperas na pala ng pasko ngayon. Naalala niya ang pinagpaguran nila ng kanyang yaya buong maghapon. Loob at labas ng kanilang tahanan ay napapalamutian ng mga munting pangpaskong dekorasyon.

Naguguilty siya na bigla na lamang niya iniwan ang kaniyang yaya pero nangibabaw ang galit at tampo niya sa kanyang mga magulang. Dahil lagi na lamang siya binabalewala ng mga ito, napagdesisyunan niya na tuluyan na lang siyang lalayas.

Matapos ang kanilang pagkain, nagising si Nanay Elsie. Tinawag niya ang batang lalaki nung mapansin niya si Jaden.

"Iho, sino a-ang kasama mo?" ang nagtatakang tanong ng matanda.

"Nay, siya po si Jaden. Nakita lang po naming siya sa sulok ng parke. Lumayas daw po siya eh." ang kwento ng bata.

"Nako, iho. M-masama ang g-ginawa mo. Siguradong hinahanap ka n-na ng mga magulang m-mo." ang nauutal na sabi ng matanda kay Jaden.

"Hindi po nila ako hinahanap, mas mahalaga pa po sa kanila ang mga nesgosyo nila." ang sagot naman ni Jaden sa matanda.

"Marahil ay hindi lang nila maipahayag ang kanilang tunay na nadarama sa iyo iho. Sigurado akong mahal na mahal ka nila at nais lamang nila bigyan ka ng magandang kinabukasan." ang marahang saad ng matanda kay Jaden.

Natahimik na lamang su Jaden. Hindi man sabihin niya sabihin pero batid ng matanda na hindi ito naniniwala sa kanya na mahal na mahal siya ng kanyang mga magulang.

Sama-sama silang natulog sa papag ng barong-barong. Dulot ng labis na pagod ay pagkapikit pa lamang ay nakatulog na si Jaden.

Kinabukasan, maagang nagising ang dalawang bata, kaya dali-dali rin nilang ginising si Jaden. Isasama nila si Jaden sa pangangalakal upang mayroon silang panggastos sa araw na iyon.

Habang naglalakad, hinahalughog ng dalawang bata ang mga basurahan; nagbabakasakali na may mga plastic na bote, babasaging bote, mga karton, mga metal at kung anu-ano pa na pwedeng ibenta sa junk shop.

Wala naman maisip na ibang pagkakakitaan ang dalawang bata. Iyon din naman ang trabaho ng Nanay Elsie nila bukod sa pagiging street sweeper nito.

Maraming bahay na ang napuntahan nila ngunit iilan pa lamang ang nakokolekta nilang kalakal. Hindi pa ito sasapat bilang pambili ng kanin o bigas na isasaing pa.

Nakita ni Jaden ang mga batang bihis na bihis na naglalakad kasama ang kanilang mga magulang. Nawala sa isip niya ang okasyon. Araw na pala ng pasko. Pero mukhang ordinaryong araw lang para sa dalawang batang kasama niya.

Nakaramdam siya ng pagkahabag sa kanila at sa sarili dahil maging siya ay hindi masaya sapagkat lagi naming wala ang kanyang mga magulang.

Naisip niya 'ano nga ba ang pinag-iba ko sa mga ulila, lagi naming wala ang mga magulang ko'. Mabuti pa ang ibang mahihirap, wala man silang pambili ng makakain at mga laruan, sama-sama naman silang nagsasalo-salo ano man ang nakahain sa kanilang mesa.

"Jaden, ano may mga nakita ka pa bang bote diyan?" ang tanong ng batang lalaki kay Jaden.

"Wala na, kuya.", ang wala sa sariling sagot ni Jaden.

Sa kabilang dako, nakausap n ani Yaya Mely ang mag-asawang Cruz. Galit na galit ang mga ito dahil pinabayaan ni yaya ang anak nila.

Uuwi raw sila sa lalong madaling panahon upang hanapin si Jaden.

Hindi naman maiwasan ni Yaya Mely ang maiyak dahil nag-aalala siya sa alaga niya at mukhang nalalapit na ang pagkasibak niya sa trabaho.

Hindi naman niya ginusto na mawala ang alaga. Abala lamang siya sa pagahahanda ng mga oras na nawala ang bata. Hindi niya lubos akalain na narinig pala ng bata ang tawag ng kaniyang mga magulang.

Tiyak na sumama ng sobra ang loob ng bata at nagalit dahil hindi na naman tinupad ng kaniyang mga magulang ang kanilang mga pangako sa kanya.

Sila Jaden naman ay dumiretso na ng junkshop, halos singkwenta pesos lamang ang kinita nila. Mukhang kailangan nilang magtipid at magtiyaga muna sa asin na ulam nila kagabi.

Kailangan pa kasi nilang bilhan ng gamot si Nanay Elsie upang tuluyan na siyang gumaling sa kaniyang lagnat. Matapos bumili ng gamot ay umuwi na sila.

Pagkatapos kumain ay napag-usapan nila ang show na gagawin sa may parke. Mayroon kasing itinayo doon na isang peryahan. Nais na pumunta ng dalawang bata doon.

Hindi rin maiwasan ni Jaden ang excitement. Gusto niyang mapuntahan ang peryahan dahil nakakatuwa ang mga kwento ng dalawang bata tungkol dito. Bago daw magkasakit si Nanay Elsie ay lagi sila doon tuwing may okasyon.

Naglakad ang tatlong bata patungo sa parke. Tuwang-tuwa sila sa kanilang mga napanood at nakikita. Sobrang daming mga laro ang naroroon. Naroon ang mga matatandang nag-bibingo, may sumasakay sa ferris wheel at iba pang rides.

Mayroon din namang naglalaro ng mga target at mga naghahagis ng barya para makakuha ng prizes.

Sobrang nag-enjoy ang tatlong bata sa panonood sa mga naglalaro bagamat wala silang pera para subukan laruin ang mga iyon. Hindi naman iyon naging hadlang para maging masaya si Jaden, sapat na naranasan niya na makabisita sa isang perya.

Kalaliman na ng gabi ng magpasyang umuwi ang mga bata, masaya silang nagkwekwentuhan sa daan tungkol sa kanilang mga nasaksihan sa perya ng hindi inaasahang may kotse na malakas na nagpreno sa gilid ng daan.

Namukhaan ni Jaden na ito ang sasakyan nila kaya dali-dali siyang tumakbo pauwi sa bahay ni Nanay Elsie.

Nagtataka naman ang dalawang bata sa ikinilos ni Jaden. Huminto sa harap ng dalawang bata ang mag-asawang Cruz. Tinanong nila ang mga bata kung saan tumakbo ang batang kasama nila kanina dahil ito ang nawawala nilang anak.

Ikinuwento ng mga bata ang nangyari ng gabing makita nila si Jaden at ang higit isang araw nilang pinagsamahan. Malapit na mag-hatinggabi. Malapit na matapos ang pasko.

Nagpasama ang mag-asawa sa bahay na sinasabi nila upang sunduin si Jaden. Gusto nilang kausapin ng masinsinan ang bata at humingi ng tawad sa kanilang pagbabalewala rito.

Mukhang natauhan na ang mag-asawa. Naalala nila ang mga sumbat na bumungad sa kanila mula sa kanilang matagal ng yaya na si Mely. Sinabi ni Mely ang lahat lahat na nadarama ni Jaden; kung paanong lagi na lamang ito malungkot tuwing inuuna ng kaniyang mga magulang ang kanilang trabaho kaysa sa kaniya at kung paano ito nagagalit sa kanila sa tuwing hindi nila tinutupad ang kanilang mga pangako.

Nahimasmasan sila sa mga sermon ni Yaya Mely. Sa mga salita ng yaya ay hindi na niya inintindi kung mawawalan ba siya ng trabaho o ano. Ang tanging nasa isip niya ay sana maintindihan ng mag-asawa ang nararamdaman ng kanilang anak na si Jaden.

Nang makita si Jaden sa loob ng bahay na barong-barong, naiiyak siyang niyakap ng kaniyang ina at humingi ng paumanhin sa lahat ng kanilang pagkukulang na mag-asawa. Sinsero rin na nangako ang kaniyang ina na siya na ang uunahin sa lahat ng bagay lalo na tungkol sa trabaho. Basta huwag na niyang uulitin ang kaniyang ginawang paglayas sapagkat pwede siyang mapahamak.

Nagulat si Jaden sa inasal ng mga magulang niya. Ramdam niya ang lungkot at pag-aalala ng dalawa. Ng gabi ring iyon, umuwi si Jaden kasama ang mga magulang. Labis na pasasalamat ang binigay ng mag-asawa sa dalawang bata at kay Nanay Elsie. Ayaw nilang tanggapin ang perang inaabot ng mag-asawa kahit na ano pang pilit ng mga ito.

Pag-uwi ng bahay, pinilit ng mag-asawa na ayusin at sindihan ang Christmas tree at lights. Nagpahanda rin sila kay Yaya Mely ng mga pagkain. Hindi pa sila huli sa selebrasyon ng pasko sapagkat hindi pa tapos ang araw. Puwede rin naman nilang gawing pasko ang bataw araw na darating basta sila ay sama-sama at nagmamahalan.

Lumipas ang isang linggo, hindi pa rin mawaglit sa isip ni Jaden ang kalagayan ng kaniyang mga bagong kaibigan. Kaya't pinilit niya ang kaniyang mga magulang na tulungan sila sa abot ng makakaya ng kanilang pamilya.

Bumisita si Jayden at ang mga magulang niya sa bahay ni Nanay Elsie, sakto at magaling na ito. Naisip ng kaniyang mga magulang na bakit hindi na lamang alukin ng trabaho si Nanay Elsie bilang kasamabahay at doon na lamang siya tumira sa bahay nila Jaden kasama ang dalawang bata.

Tuwang-tuwa ang dalawang bata sa isipin na makakasama nila si Jaden sa isang bahay. Sa gayon, lagi na silang makakalaro at makakapag-kwentuhan.

Hindi na nagawa pang tumanggi ni Nanay Elsie dahil sang-ayon na sang-ayon ang dalawang bata sa naisip na solusyon ng mag-asawa. Mas pabor din sa kanila ito sapagkat magkakaroon na ng stable na trabaho si Nanay Elsie.

Mula noon, nanilbihan na si Nanay Elsie sa bahay ng mag-asawang Cruz kasama ang dalawang bata. Lubos na napalapit ang tatlong bata sa isa't-isa. Sama sama na silang lumaki at nagsponsor din ang mag-asawang Cruz ng scholarship para sa dalawa.

About the Author

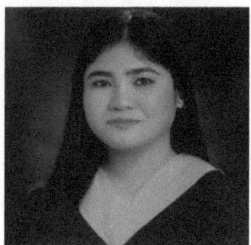

Claire Marie M. Manuel

Claire Marie Manuel is a fresh graduate under Bachelor of Science in Accountancy. Since she was kid, she has been reading story books and novels of many genres. Reading lit a fire for her to start writing stories of her own. Writing stories and novels is a dream that she does not have the courage to pursue, but reading and writing stories and novels was her hobby since she was a child. Now, she is working with the bank industry.

www.ingramcontent.com/pod-product-compliance
Lightning Source LLC
LaVergne TN
LVHW041642070526
838199LV00053B/3519